மொட்டை முட்டை

An adaptation of Humpty Dumpty by W.W Denslow

Adapted &Illustrated by

Suganthi Nadar

Tamilunltd

10 Maybelle court Mechanicsburg PA 17050

நூலின் பெயர்   : மொட்டை முட்டை
                 An adaptation of Humpty Dumpty by W.W Denslow

ISBN   : 979-8-9856875-2-1

பொருள்   : மழலை இலக்கியம்

மொழி   : தமிழ்

ஆசிரியர்   : சுகந்தி நாடார்

காப்புரிமை   : சுகந்தி நாடார்

முதல் பதிப்பு   : அச்சுப்பதிப்பு 2022

நூலின் விவரம்   : 5.000" x 7.000" (178 mm x 127 mm)

எழுத்துரு   : மைக்ரோசாப்ட் விஜயா,

எழுத்துரு அளவு   : 12

அச்சகம்   : IngramSpark

பதிப்பகம்   : Tamilunltd

                  10 Maybelle court,
                  Mechanicsburg PA 17050 USA
                  17178025889
                  7177283999
                  tamilunltd@gmail.com

முன்னுரை

குழந்தைகள் என்றாலே ஆனந்தம். பாடல்கள் என்றாலும் அவர்களுக்கு ஆனந்தம் அதீதக் கற்பனைகள் என்றால் குழந்தைகளுக்குக் கொண்டாட்டமோ கொண்டாட்டம். அதுவும் *Mother Goose Nursery Rhymes* என்ற கற்பனை கலந்த பாடல்கள் இன்றளவும் குழந்தைகள் மனதையும் பெரியவர்கள் மனதையும் கொள்ளைக் கொண்டுள்ளன. இப்பாடல்களின் தொகுப்பில் உள்ள உள்ளம் கவர்ந்த ஒரு பாடல் தான்

Humpty Dumpty sat on a wall,

Humpty Dumpty had a great fall.

All the king's horses and all the king's men

Couldn't put Humpty together again

உலகில் உள்ள அனைத்துக் குழந்தைகளுக்கும் தெரிந்த ஒரு ஆங்கிலப் பாடலின் முக்கியக் கதாப் பாத்திரம் இந்த முட்டை மொட்டை மொட்டை முட்டைக் கதாப்பாத்திரம் *1797*களில் இங்கிலாந்தில் உருவாக்கப்பட்டிருக்கலாம் என்றும், ஒரு விடுகதையாகக் குழந்தைகளுக்கு அறிமுகப்படுத்தப்பட்ட இக் கதாப்பாத்திரம் *1870 in James William Elliot* என்பவர் *National Nursery Rhymes and Nursery Songs* என்ற நூல் மூலம் பிரபலமடைந்தது என்றும் *Alice's Adventures in Wonderland* சிறுவர் கதையின் தொடர்ச்சியாக வந்த *Through the Looking-Glass and What Alice Found* என்ற கதையில் ஒரு கதாப்பாத்திரமாகவும் இந்த முட்டை மொட்டை வருகின்றார் என்றும் *Thereamericansongwriter.com* என்ற இணைய தளம் குறிப்பிடுகிறது.

ஆங்கில எழுத்தாளர் *Lewis Carroll* எழுதிய *Alice's Adventures in Wonderland* சிறுகதையில் சிறுமி ஆலிஸ் ஒரு முயலின் பொந்துக்குள் விழுந்து, அந்தப் பொந்தின் உள்ளே இருக்கும் மாய உலகில் சஞ்சரிக்கின்றாள். இதேச் சிறுமி *Through the Looking-Glass and What Alice Found* என்ற கதையில் ஒரு மாய முகக் கண்ணாடிவழி சென்று குழந்தைப் பாடல்களில் வரும் கதாப்பாத்திரங்களைச் சந்திக்கிறாள். அக்கதையின் ஆறாம் அத்தியாயத்தில், சுவர்மேல்

அமர்ந்திருக்கும் மொட்டை முட்டையைச் சந்திக்கிறாள். குண்டாகவும் உருண்டையாகவும் இருக்கும் அவர் குட்டிச்சுவரில் ஒரு கவலையும் இன்றி உட்காந்து இருக்கிறார். நீ உடைந்து விடமாட்டாயா என்று கவலையாக சிறுமி கேட்கும் போது, தான் கீழே விழுந்து உடைந்தால் தனது படைவீரர்களைக் கொண்டு ஒன்றாகச் சேர்ந்து விடுவதாக இங்கிலாந்து அரசர் தனக்கு வாக்கு அளித்திருப்பதாகக் கூறுகிறார் முட்டை மொட்டை.

இக்கதையின் தொடர்ச்சியாக எழுதப்பட்டது தான் *W. W. Denslow's Humpty Dumpy*ச என்ற குழந்தைகளுக்கானச் சிறுகதை.

*1856*ஆம் ஆண்டு அமெரிக்காவின் பென்சில்வேனியா மாகணத்தில் பிலெடெல்பியாவில் *-1915*ம் ஆண்டு பிறந்தவர் *W. W. Denslow. The wizard of oz* என்ற புகழ்பெற்ற குழந்தைகள் நாவலுக்குச் சித்திரங்கள் எழுதியுள்ள *W. W. Denslow* என்பவரின் கருத்தாக்கமான *W. W. Denslow's Humpty Dumpty. 1903*ம் ஆண்டு *G.W. Dillingham Co* பதிப்பகத்தினர் வெளியிடப்பட்ட *Denslow's Humpty Dumpty* என்றப் புத்தகத்தை தழுவி எழுதப்பட்ட குழந்தைகளுக்கான கதையே முட்டை மொட்டை, அருகிவிட்ட தமிழக வாழ்க்கை முறையின் சில அங்கங்களை இத் தலைமுறைக் குழந்தைகளுக்கு மீண்டும் அறிமுகப்படுத்தும் வகையில் மொட்டை முட்டை என்ற இந்தக் கதையும், கதைக்கான சித்திரங்களும் வரையப் பட்டுள்ளன.

ஆசிரியர்
சுகந்தி நாடார்

மொட்டை முட்டை

மொட்டை முட்டை ஒரு வழுவழுப்பான உருண்டை வடிவமுடைய சிறுவன் வெற்றியைப் பெற்றுத் தரும் புன்னகை இச்சிறுவனின் முகத்தில் தவழும், தள்ளாடித் தள்ளாடி நடக்கும் இவனது நெஞ்சுக் கூட்டிற்குள் தங்க நிற இருதயத்தைக் கொண்டவன். இந்த சிறுவனை ஒரேஒரு பிரச்சனைதான், குழப்பிக் கொண்டு இருந்தது. இவன் ஓடும் போதும், நடக்கும் போதும் அவனுடைய நெஞ்சுக் கூட்டிற்குள்ளிருக்கும் இவனது இருதயம் அவனது, அசைவிற்கு ஏற்ப அலும்பிக் கொண்டே இருந்தது, இதனால் ஒரு இடத்திலிருந்து இன்னொரு இடத்திற்கு இவன் நகரும் போதும் எங்கே தன் இதயம் சிந்தி சிதறிவிடுமோ என்ற பயத்தில் இவன் நெஞ்சம் படப்படத்துக் கொண்டே இருக்கும்.

நகரும் போது கீழே விழுந்து அவனுடைய மெல்லிய வெள்ளை ஓடு உடைந்து, அவனது தங்க இதயத்தைத் தரையில் ஒழுக விட்டு விடுவாமோ என்ற அச்சமே அவனுடையப் பெரியப் பிரச்சனையாய் இருந்தது. இவனது தந்தை இப்படி அவருடைய வெள்ளை ஓடு உடைந்து தான் இறந்து போனார்.

தன் பிரச்சனைக்குத் தீர்வு காணும் வழியை இந்த மொட்டை முட்டைத் தேடி அலைந்தான்.

மரணத்திலிருந்து தப்பிக்கும் வழியைக் காட்ட அவன் தன் தந்தையை அறிந்த ஒருக் கறுப்புக் கோழியின் அறிவுரையை நாடிச் சென்றான் மொட்டை முட்டை. இந்த கறுப்புக் கோழி ஒரு அன்பான கருணையுள்ளம் கொண்டக் ஓர் கோழி. அதனால் நம்பிக்கையுடன் மொட்டை முட்டை இந்தக் கோழியிடம் தன் பிரச்சனைக்குத் தீர்வு காணச் சென்றான்.

முட்டை மொட்டைத் தேடிச்சென்ற அந்தக் கோழி அவனை வரவேற்றது. அதன்பின் மொட்டை முட்டையிடம் அவனது தகப்பனைப்பற்றிசொன்னது "உன் தந்தை ஒருமுட்டாள், அவர் யாருடைய முன் எச்சரிக்கையையும் பொருட்படுத்தவே இல்லை. தன்விருப்பத்திற்கு அவன் எல்லாவற்றையும் செய்தான். யாருடைய எச்சரிக்கையையும் அவன் ஏற்றுக் கொள்ளவில்லை. யாருடைய சொல்லையும் கேட்காததால் அவன் உயிர் இழந்தான். என்று சொன்ன கறுப்புக் கோழி தொடர்ந்தது.

குழந்தைகள் எல்லாம் உன் தந்தையைப் பற்றி என்ன பாடுகிறார்கள் தெரியுமா? என்று மொட்டை முட்டையிடம் கேட்டக் கறுப்புக் கோழி அந்தப் பாடலை பாடியும் காட்டியது.

மொட்டை முட்டை அமர்ந்தான் சுவர் மேலே

தடுக்கி வழுக்கி விழுந்தான் அவனும் கீழே

அரசின் சேனைகள் புரவியில் புயலாய் வந்தாலுமே

மொட்டை முட்டையை முழுதாய் மாற்ற முடியவில்லையே

இப்படித் தான் உன் தந்தையின் முடிவு மிகவும் மோசமாகவே முடிந்தது. உப்பும் மிளகும் கலக்கிச் சுட்ட முட்டை அடையை விட உன் தகப்பனின் நிலை மிகவும் மோசமாகிப் போனது. அரசரின் சேனைகள் அவசரமாக வந்தும் அவர்களால் அவரைக் காப்பாற்றவே முடியவில்லை.

வருத்தத்தோடு தலை அசைத்தபடி சொன்னது.

கறுப்புக் கோழி சொல்வதும் உண்மைதான். ஆலீஸ் என்ற சிறுமி கூட இந்தப் பாடலைத் தன் தந்தையிடமே பாடிக் காட்டியதாகக் கூட மொட்டை முட்டைக் கதையாகக் கேள்விப் பட்டு இருக்கின்றானே/

மொட்டை முட்டையின் தந்தை சுவரிலிருந்து விழுந்து சிந்தி சிதறி விழுந்து இறந்த பின்னால் அவரது கதையைப் பாடலாகப் பாடி மகிழ்ந்த குழந்தைகளில் ஒரு சிறுமி தான் ஆலீஸ். இவள் ஒரு மந்திரக் கண்ணாடியின் வழியாகப் இறந்த காலத்திற்குக் காலப் பயணம் செய்து, குழந்தைப் பாடல்களில் வரும் பல கதாப்பாத்திரங்களை நேரிலேயே சந்தித்து இருக்கின்றாள். அப்படி அவள் சந்தித்த கதாப்பாத்திரங்களில் ஒருவர் இவனுடையத் தந்தை..

இறந்த காலத்திற்குப் பயணம் செய்த ஆலீஸ் பெரிய மொட்டை முட்டை விழுந்து மரணித்தக் கதையை பாடலாக

பாடிக் காட்டி, குறுகிய சுவரில் உட்கார வேண்டாம் என்று தன் தந்தையை எச்சரித்தபோதும், முட்டை மொட்டையின் தந்தை எச்சரிக்கைக்கு செவி சாய்க்கவில்லை, இங்கிலாந்து அரசர், தான் உடைந்து சிதறிவிட்டால், உடனே தன் குதிரைகளையும் சேனைகளையும் அனுப்பி சேர்த்து விடுவதாக வாக்களித்து இருப்பதாகவும், தான் அணிந்து இருக்கும் கழுத்துப் பட்டியையும் பரிசாகத் தந்திருப்பதையும் சிறுமியிடம் முட்டை மொட்டையின் தந்தை சுட்டிக்காட்ட, அவர் அணிந்து இருப்பது கழுத்துப் பட்டி அல்ல இடுப்பில் அணிந்திருக்கும் கச்சை என்று சிறுமி ஆலீஸும் வாதிட தந்தை சுவரிலிருந்து தொடுக்கடீர் என்று விழுந்து விட்டார். உடனே அவசர அவசரமாக அங்கு வந்த அரசனின் படைவீரர்களாலேயும் குதிரை வீரர்களாலேயும் தந்தையை ஒன்று சேர்க்க இயல்வில்லை என்ற கதையை கறுப்புக் கோழி முட்டை மொட்டைக்கு சோகத்துடன் நினைவு படுத்தியது.

அந்த கறுப்புக் கோழி தன் பளபளக்கும் நீலநிற கண்களிலிருந்து வழிந்த கண்ணீரைத் துடைத்துக் கொண்டே, மொட்டை முட்டைக்கு ஒரு அறிவுரை சொன்னது

"நீ என்ன செய்ய வேண்டும் தெரியுமா? நமக்கு அடுத்த வீட்டில் வசிக்கும் விவசாயின் மனைவியிடம் சென்று உன்னை நல்ல கொதிக்கும் நீரில் போட்டு எடுக்கச் சொல். உனது ஓடு நல்ல தடிமனாகவும் வழவழப்பாகவும் இருப்பதால் கொதிநீர் உன்னைக் காயப்படுத்தாது.

கொதிநீரில் சிறிது நேரம் இருந்துவிட்டு நீ வெளி வரும் போது, உன்னுடைய மெல்லிய வெள்ளை ஓடு கடினப்பட்டு இருக்கும். மேலும் உன்னுடைய தங்கநிற இருதயமும் நீ நடக்கும் போதும் உருண்டு செல்லும் போதும், சிதறாமல் கட்டித் தன்மையுடன் இருக்கும். நீ அதனால் என்ன என்ன செய்ய ஆசைப்படுகின்றாயோ அதைச் செய்யலாம். உன் ஆசை தீர நீ குட்டிக்கரணம் கூடப் போடலாம். உனக்கு ஒன்றுமே ஆகாது. ஒரு சிறு வடு கூட உன் மேல் படாது.என்று கறுப்புக் கோழி, முட்டை மொட்டையின் பிரச்சனைக்குத் தீர்வு சொன்னது.

இதைக் கேட்ட மொட்டை முட்டை ஒரு எதிர்பார்ப்புடன் அடுத்த வீட்டிற்கு உருண்டு சென்றது,

தன்னை நோக்கி உருண்டு வந்த மொட்டை முட்டையை விவசாயியின் மனைவி அதிசயமாகப் பார்த்தாள்.

"ஏ மொட்டையான முட்டையே நீ ஏன் இங்கே வந்தாய்? என்று முட்டையைக் கேட்டாள்.

"என்னுடைய வெள்ளை ஓடு எளிதில் நொறுங்கும் தன்மையுடையதாய் இருப்பதால் எனக்கும் பயனில்லை, பிறர்க்கும் பயனில்லை. எனவே என்னை தயவு செய்து கொதிநீரில் போட்டு எடுங்கள்" என்று மொட்டை முட்டை

விவசாயியின் மனைவியிடம் வேண்டிக் கேட்டுக் கொண்டது.

விவசாயியின் மனைவியும், "ஓ கண்டிப்பாய் உன்னை கொதிநீரில் போட்டு எடுக்கின்றேன். அது மட்டுமல்ல, நான் உன்னை புட்டாப் போட்டப் பருத்தித் துணியில் கட்டி வைக்கின்றேன். அப்போது உனக்கு அழகான ஆடையும் கிடைக்கும். மன்னரையும் நீ அவரின் அரசபைக்குப் போய்ப் பார்க்கலாம் அதற்கு ஏற்றத் தோற்றத்தில் பளிச் என்று இருப்பாய் என்றார்.

அவர் சொன்ன படியே மொட்டை முட்டையை ஒரு சிறு பருத்தித் துணியில் கட்டி கணப்பு அடுப்பில் இருந்த செம்புக் கொதிகலத்தின் உள்ளே இட்டார். மொட்டை முட்டைக்கு முதலில் நீர் மிகவும் சுடாக கொதித்தது, ஆனால் மெல்ல மெல்ல அந்தச் சூடு பழகியும் போனது. ஒவ்வோரு நிமிடமும்

மெள்ள மெள்ள தான் கடினமாவதை உணர்ந்த மொட்டைக்கு குதுகோலமானது. இனி உடைந்து விடுவோமோ என்ற பயம் இல்லையே! மொட்டை முட்டை அதிக நேரம் கொதிகலனில் இருக்கத் வேண்டிய தேவையில்லாமல் போனது.

விரைவிலேயே அவன் செங்கல் போல கடினமானவனாகவும் ஆனான். அதனால் தன்னைக் கட்டியிருந்த துணையை அவிழ்த்து விட்டு ஒரு அவித்த முட்டையைப் போல கடினமாகவும், பளபளப்பாகவும், கொதிகலனிலிருந்து குதித்தான்.

விவசாயியின் மனைவி அவனது இடையில் கட்டி விட்ட புட்டாப் பருத்தித் துணி அவனுடைய உடலில் சிகப்புப் புள்ளிகளைப் பதிந்து அவனின் இடுப்புத்துணியாக மாறிவிட்டது. அதனால் பகட்டான உடை உடுத்தியிருக்கும் ஒரு அரச விகடகவியைப் போல

கம்பீரமாக மாறினான். அதே நேரம் ஒரு நிஜமான விகடகவி போல போல சுறுசுறுப்பாகவும் ஆனந்தமாகவும் இருந்தான்.

தான் எவ்வளவு கடினமாக இருக்கின்றோம் என்று சோதித்துப் பார்ப்பதற்காக, மொட்டை முட்டை மேஜையிலிருந்து நாற்காலிக்குத் தாவுவதும்,

அடுப்பிலிருந்து உரலுக்குக் குதிப்பதுமாய் கும்மாளமிட்டான். உயரத்திலிருந்த மாடக்குழித் திண்டிலிருந்துக் குதித்துத் தன் உடலின் கடினத் தன்மையைச் சோதித்தும் பார்த்தான்.

அங்கிருந்த அவருடைய அருவாள்மனையில் கூட மொட்டை முட்டை சாகசம் செய்து விளையாடினான். பொடியனின் குறும்புகளைப் பார்த்து குடியானவனின் மனைவி குலுங்கிக் குலுங்கிச் சிரித்தார்,

தன் சாகசத்தால் குடியானவன் மனைவியை ஆனந்தப் படுத்திய பிறகு, தனக்கு உதவிசெய்ததற்காக குடியானவனின் மனைவிக்கு பணிவுடன் நன்றி செலுத்தி வணங்கிய மொட்டை முட்டை குடியானவனின் வீட்டை விட்டு வெளியேறினான்.

வீட்டின் வெளியே, அங்கு துணி உலர்த்தபட்டிருந்த கயிற்றில் ஒரு கழைக் கூத்தாடியைப் போல நடந்து கொண்டே இந்த பரந்த விரிந்த உலகத்தைக் காணும் ஆவலில் பயணம் செய்யத் திட்டமிட்டான்.

மொட்டை முட்டையின் அகில உலகப் பிரயாணத்தைப் பற்றி நிறைய சொல்லலாம். அவன் வடக்கு மேற்கு தெற்கு கிழக்கு என்று எல்லாத் திசைகளிலும் பயணப்பட்டான் கடல் பிரயாணம் செய்தான். உலகம் முழுக்க உள்ள எல்லா தேசங்களிலும் பாதசாரியாகவும் சவாரி செய்தும் கடற்கரையோரப் பயணமும் செய்தான். எலி மேல் கூடப் பயணம் செய்தான்.

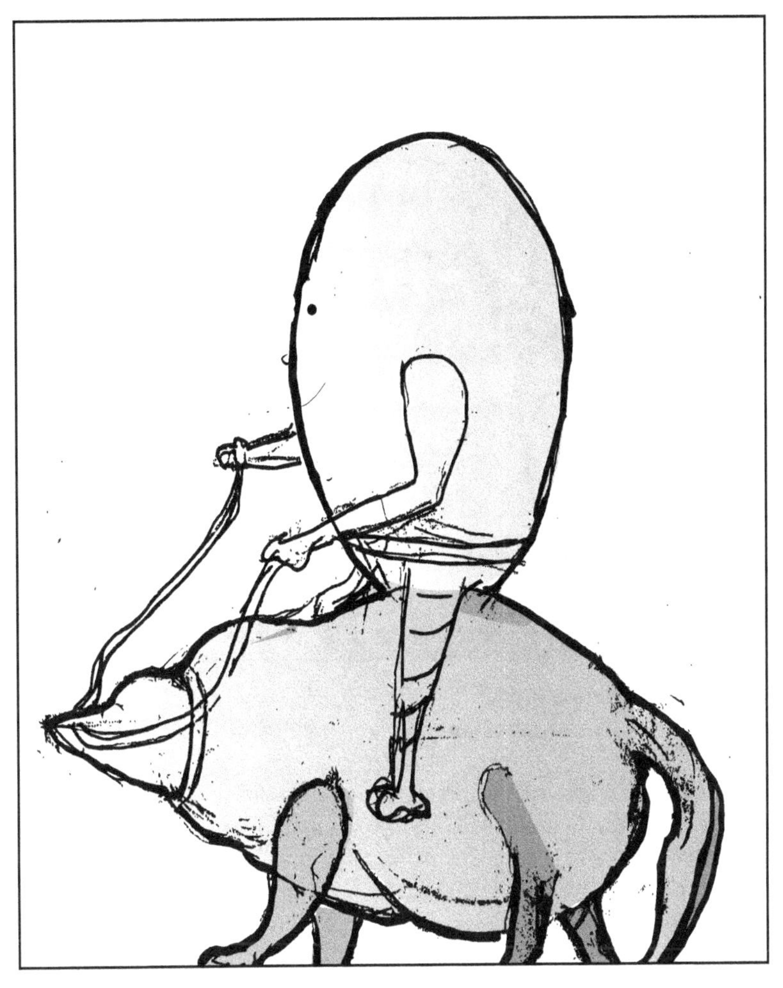

தமிழ்நாட்டு வீதிகளில் போகும்வழியில் நடந்து கொண்டிருந்த பூம்பூம் மாட்டுக்காரனோடும் பயணம் செய்தான்.

தன் தோளில் உறுமி மேளத்தை மாட்டிக் கொண்டு, தன்னுடைய காளைக்கு அழகாக அலங்காரம் செய்து இருந்தான் மாட்டுக்காரன். வண்ணமடித்த

மாட்டின் கொம்புகளில் குஞ்சலமும் கழுத்தில் மணியும் முட்டை மொட்டையைக் கவர்ந்து இழுத்தது.

அலங்காரமான முகப்படாம் அணிந்து அலங்காரமாக அந்த பூம்பூம் மாடு தெருவில் நடந்து வரும் போது குழந்தைகள் வேடிக்கைப் பார்த்ததைக் கண்ட மொட்டை முட்டையன் மிகவும் பரவசமானான். மாட்டுக்காரன் உறுமி மேளத்தைத் தட்ட தன் தலையை ஆட்டி ஆட்டி காளை மாடு இரசித்தது.

அதைக் கண்ட மொட்டை முட்டை தன்னை ஒரு வாத்தியக் காரனாக அலங்கரித்துக் கொண்டான். தன் கையில் கிண்ணாரத்தை எடுத்துக் கொண்டான்.

ஒரு வாத்தியக்காரனாக தன் குடுக்கை வீணையை மீட்டி ஆனந்தமாக பாட்டுப் பாடி மற்றவர்களின் கவலையிலிருந்து மீட்டு துன்பத்தை மறக்கடிக்கவும்

செய்து ஒவ்வோரு இதயத்தையும் ஆனந்தத்தால் நிரம்பச் செய்தான். பல அரசவைகளுக்குச் சென்று தன் பாடல்களாலும் கோமாளித் தனமான சாகசங்களாலும் ஒரு விகடகவியாக அனைவரையும் மகிழச் செய்தான்

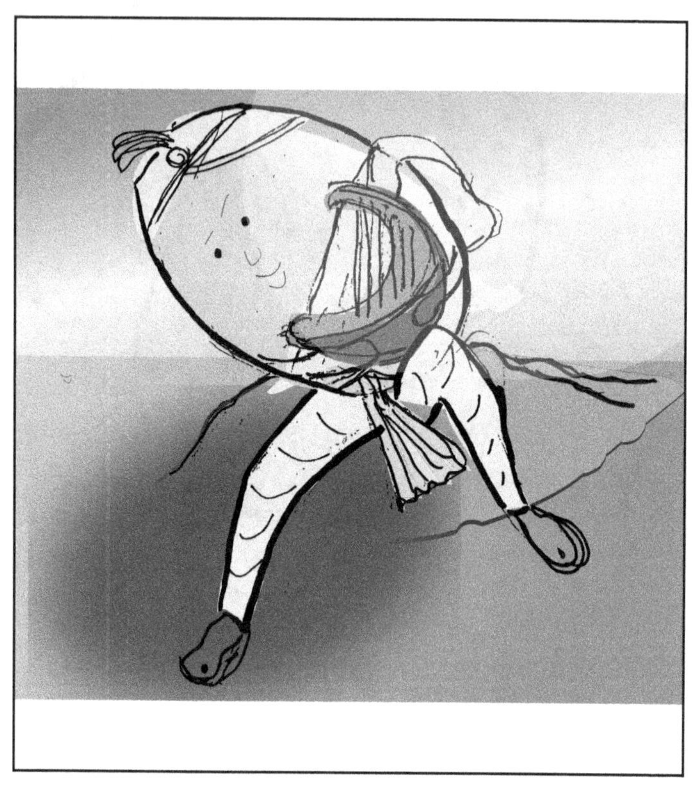

செய்து ஒவ்வோரு இதயத்தையும் ஆனந்தத்தால் நிரம்பச் செய்தான். பல அரசவைகளுக்குச் சென்று தன் பாடல்களாலும் கோமாளித் தனமான சாகசங்களாலும் ஒரு விகடகவியாக அனைவரையும் மகிழச் செய்தான்

ஒருவர் தனக்கும் பயன் செய்து, பிறர்க்கும் பயன் செய்து வாழ வேண்டும் என்பதை வாழ்ந்து காட்டி வலியுறுத்தினான். மொட்டை முட்டையன்.

அவன் எங்கு சென்றாலும் தன் துயரத்திற்கு எதிராக சரியான இடத்தில் இருதயதைப் பொருத்தி, தன்னை தைரியப்படுத்திய விவேகியான கறுப்புக் கோழியைப் பற்றியும், அன்பும் கனிவும் கொண்ட குடியானவன் மனைவி பற்றியும் புகழ்ந்து பாடாமல் இருந்ததில்லை.

மற்றவர்களுக்கு ஆறுதல் அளிக்கவும் தான் சந்திக்கும் அனைவரையும் உற்சாகப் படுத்தும் வகையில் தனக்கு உதவி செய்து தன்னைப் பொதுப்பணிக்குத் தன்னை தயார் செய்த இருவர் அவர்கள் தானே!

ஆனந்தமாக இருக்க வேண்டும் என்பதற்காகவே மீள முடியாப் பிரச்சனையிலிருந்து வெளியேற வழி கண்டுபிடித்தவன் மொட்டை முட்டை.. நமக்கு ஒருவர், எதற்கு எப்படி உதவி செய்கின்றார் என்பது முக்கியமில்லை, அவர் செய்த உதவியைத் தனக்கும் பயன்படுத்தி, பிறருக்கும் பயன்படுத்தி ஆனந்தத்தைப் பரப்ப வேண்டும் என்று வாழ்ந்து காட்டியவன் மொட்டை முட்டை.

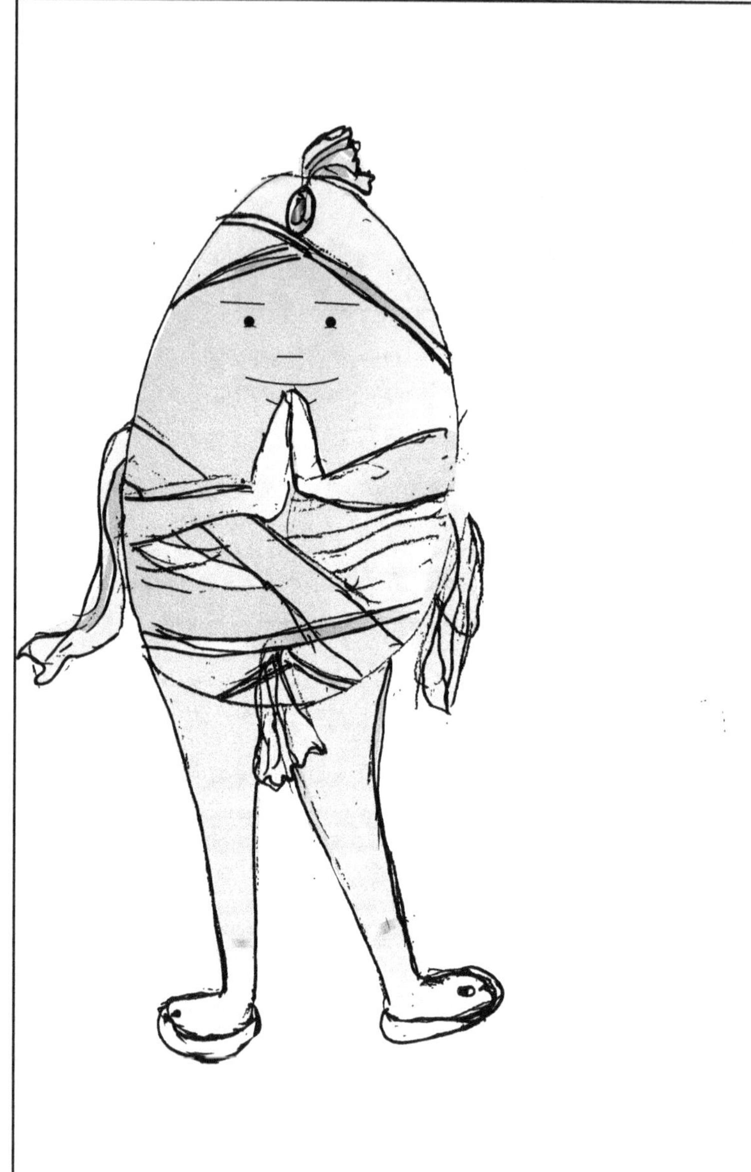